कविता संग्रह

सुजित नामदेव तांबे

।।। सर्वप्रथम छत्रपती शिवाजी महाराज आणि धर्मवीर छत्रपती संभाजी महाराज याना त्रिवार मानाचा मुजरा ।।।

माझी आई सौ. जयश्री नामदेव तांबे आणि वडील श्री. नामदेव पोपटराव तांबे यांच्या चरणी हा कविता संग्रह समर्पित

क्रम-सूची

भूमिका

छत्रपती शिवाजी महाराज आणि धर्मवीर छत्रपती संभाजी महाराज यांचं स्मरण करून या सर्व कविता लिहाव्या असं वाटलं.

माझ्या वडिलांनी माझ्यासाठी आयुष्यभर जे कष्ट केलं त्याचे कविता रुपी कसे आभार मानता येतील म्हणून बापमाणूस हि कविता लिहिण्याचा प्रयत्न केला. या कविता संग्रहामध्ये असलेल्या सर्व कविता अगदी आपसूकपणे डोक्यात कसलाही विचार नसताना लिहिल्या आहेत. या सर्व कविता एक कवी म्हणून माझ्या साठी खूप खास आहेत.

इतिहासाची संबळ वाजवत शिव विचारांचा गोंधळ घालणारे आम्ही शिवबाचे गोंधळी !!!

- सुजित नामदेव तांबे

(कवी, लेखक,शिव-व्याख्याते)

1. छत्रपती शिवाजी महाराज

हर हर महादेव की खनक इस भारतवर्ष मे गुंजी थी |
जब बाल शिवबा ने रायरेश्वर मे स्वराज की शपथ ली थी
|१ |

काबूल से बंगाल तक जिस औरंगजेब की सल्तनत थी |
वो भी अचंबित रह गया जब शिवबा ने उसको चुनौती दी
थी |२|

मन मे था तुफान आखिर क्यू नही सागर पे अपना राज
इतने सालो से |
भारत के नौदल का आरमार बनाया फिर अपने तेज बुद्धी
से |३ |

आलमगीर ने फिर भेजी सवारी मामा की, बोला शास्ता
खान जला दुंगा प्रजा उस स्वराज की |
रात को उसिके घर मे घुसके किया वार शिवबा ने, आज
भी लाल महल सूनाता है कहाणी उन कटे उंगलियो की |४|

जन्मदिन पे बुलाके औरंगजेब ने जब धोके से अपमानीत
करके बंदी बना लिया |
दरबार मे दहाडा शेर शिवबा आग्रा से बंधन तोड के उस
अपमान का बदला लिया |५|

लाल महल

पूछा सब ने स्वराज पे जान लुटाने वाले वो कौन शिलेदार है जी |
तब बोले मराठे सब के लिये बस एक ही नाम काफी है छत्रपती शिवाजी |६|
बोला अफजल मै लाऊंगा सिवा को जिंदा या मुर्दा ये मेरा प्रण है |
तब शिवबा ने उसका पेट फाडके बताया पुरे जहाँ को की शेर शिवराज है |७|

2. छत्रपती संभाजी महाराज

एक कवी के जैसे उसका कोमल सा मन था,
लेकीन युद्धभूमी मे वही रुद्रसा तांडव करता था ।
पुरुषो की दुनिया मे जब औरत को कम समझा था,
तब उसी शंभु ने पत्नी को राजपाठ पढाया था ।
शील जानने वाला वो शिलवंत, संस्कृतपंडित वो बुद्धिवंत,
एक भी लढाई हारने न वाला वो शौर्यवंत ।
बचपन मे भी गया था, वो जवानी मे भी गया था,
दुष्मन के तट पे वो बस स्वराज्य बचाने ही गया था ।
सभी सुखो को छोड के वो स्वराज्य के लिये खडा था,
सागर मे सेतू का संकल्प प्रभु श्रीराम के बाद बस शंभु ने
ही किया था ।
दुष्मन को हराने के लिये किया था जिसने गनिमी कावा,
वो धगधगती आग सा शिव का था छावा ।
सामने था सिद्धी, औरंगझेब , फिरंगी ..था चिक्कदेवराजा,
उन सबपे भारी पडा था बस एक ही शंभूराजा ।
चारो दिशा मे पिता का था गुणगान, जिनके सामने हमेशा
था वंदन
उन्ही के पथ पे चलकर अमर हुआ शिवनंदन ।
काल की चौकट पे भी नहीं हुई जिसकी पराजय,
मौत भी नतमस्तक है, वो बस एक ही शंभु मृत्युंजय ।

3. होय, स्वतःला शिवभक्त म्हणवून घेतो आम्ही !

छत्रपती शिवाजी महाराज

आई वडिलांच्या स्वप्नांवर चालणारे तुम्ही,
स्वतःचे धनी ।

आमच्या आई वडिलांना म्हातारा म्हातारी म्हणून
हिणवणारे आम्ही,
याचीच खंत वाटे मनी ||
पण हा स्वतःला मात्र शिवभक्त समजतो आम्ही !
दाही दिशांना अस्मानी संकट असताना निर्भीडपणे तोंड
देणारे तुम्ही,
रयतेचे धनी |
थोडं काही आयुष्यात वाईट प्रसंग आले की
आत्महत्येसारखा भयाड मार्ग निवडणारे आम्ही,
याचीच खंत वाटे मनी ||
पण हा स्वतःला मात्र शिवभक्त समजतो आम्ही !
परस्त्रीला आई आणि बहिण माणून त्यांचा आदर करणारे
तुम्ही,
रयतेचे धनी |
वाईट नजरेने डोळ्यातील पुण्य वाया घालवणारे आम्ही,
याचीच खंत वाटे मनी ||
पण हा स्वतःला मात्र शिवभक्त समजतो आम्ही !
सुपारीच्या खांडाच देखील व्यसन नसणारे तुम्ही,
रयतेचे धनी |
सकाळी सकाळी दिवसाची सुरुवातच टपरीवर करणारे
आम्ही,
याचीच खंत वाटे मनी ||
पण हा स्वतःला मात्र शिवभक्त समजतो आम्ही !
सोन्या-चांदी चा अहंभाव नसावा म्हणून कवड्याची माळ
घालणारे तुम्ही,
रयतेचे धनी |

स्वतःच असं काहींच अस्तित्व नसताना स्वतःच्या
नावासमोर राजे लावणारे आम्ही,
याचीच खंत वाटे मनी ॥
पण हा स्वतःला मात्र शिवभक्त समजतो आम्ही !
जात-पात मोडून समतेच्या विचारांची ज्योत पेटवणारे
तुम्ही,
रयतेचे धनी |
२१ व्या शतकातले जाती पाती वरून भांडण करणारे
शिलेदार आम्ही,
याचीच खंत वाटे मनी ॥
पण हा स्वतःला मात्र शिवभक्त समजतो आम्ही !
स्वराज्य स्थापन करून शत्रूला पराभूत करून
व्यवस्थापनाचे कौशल्य आत्मसात करणारे तुम्ही,
रयतेचे धनी |
आळस असल्यामुळे काहीही न करता फक्त सोशल मिडिया
वर दिखावा करणारे आम्ही,
याचीच खंत वाटे मनी ॥
पण हा स्वतःला मात्र शिवभक्त समजतो आम्ही !
उभ्या आयुष्यात जगावं कसं याच मूर्तिमंत प्रेरणास्थान
तुम्ही,
रयतेचे धनी |
तुमचे विचार आचरणात न आणता फक्त डिजे च्या
तालावर हातात भगवा ध्वज घेऊन नाचणारे आम्ही,
याचीच खंत वाटे मनी ॥
पण हा स्वतःला मात्र शिवभक्त समजतो आम्ही !
शून्यातून विश्व निर्माण करावं तसं स्वराज्याचा अविष्कार
करणारे तुम्ही,

रयतेचे धनी |
नवीन काही सुचत नाही, उद्योग करायला पैसा नाही
म्हणत नौकरीच्या नावाने रडणारे आम्ही,
याचीच खंत वाटे मनी ||
पण हा स्वतःला मात्र शिवभक्त समजतो आम्ही !

4. शिवछत्रपती जयघोष

छत्रपती शिवाजी महाराज का नाम गूंजे, भारत की धरती
पर।

शौर्य, पराक्रम, अदम्य साहस, जिनका दुश्मनो मे था डर ॥

सहयाद्री की ऊँची चोटियों पर, किलों का निर्माण किया।

मातृभूमि की रक्षा हेतु, जीवन को बलिदान किया॥

प्रजा के लिए न्यायप्रिय, राजा जो कहलाए।

धर्म, संस्कृति, वीरता के, मूर्तिमान थे शिवाजी महाराज॥

रणभूमि में गरजते थे, बिजली सी चमक उठती।

शत्रु के हृदय में भय भरते, सिंह गर्जना सी दहाड़ उठती॥

भारत माँ के सच्चे सपूत, छत्रपती शिवाजी महाराज।

जन-जन के हृदय सम्राट, हम सबको है उन पर नाज॥

तलवारधारी वीर वो, स्वाभिमानी योद्धा, शत्रु का काल।

माँ जिजाऊ का गर्व, धरती का लाल॥

स्वराज्य की स्थापना, जनता का नायक, धैर्य, वीरता और
नीति, उनमें समाहित।

शिवछत्रपती, जयघोष करे सुजित॥

5. शिवराजाधिराज

जगदंबेचा भक्त होता,
दुश्मनांचा संहारक होता,
जनतेचा राजा होता,
शिवरायांचा जयघोष होता !!!
अखंड लढता लढता, झुंजता झुंजता,
दुश्मनाचा दरारा उडवला,
शिवरायांचा जयघोष सर्वत्र झाला,
मर्द मराठीचा स्वाभिमान जपला !!!
घोड्याच्या टापांनी गाजवले रणांगण,
दुश्मनांचे उरात वाजली रणभेरी,
सुर्याची किरणे थांबतील पण,
शिवरायांची तलवार चमकेल !!!
शिवरायांचा इतिहास अजरामर राहो,
मराठी मातीच्या कणाकणात राहो,
शिवरायांची गाथा नव्या पिढीला सांगू,
शिवरायांचा वारसा अबाधित राखू !!!
हर हर महादेव!

6. छत्रपती संभाजी महाराज (मराठी)

छत्रपती संभाजी महाराज

कवी मनाने तो असेल हळवा जरी,
युद्धात जणू तो रुद्रासम तांडव करी ।

पुरुषप्रधान संस्कृतीत जेव्हा स्त्रियांना योग्य वागणूक
नव्हती,
तेव्हा शंभु ने आदर्श दिला श्री सखी राज्ञी जयती |
शील जपणारा तो शीलवंत, संस्कृतपंडित असा बुद्धिवंत,
एका ही युध्दात हार न मानणारा तो शौर्यवंत |
लहानपणी ही तो गेला होता, तरुणपणी ही तो गेला होता,
शत्रूच्या गोटात जाण्याचा हेतू फक्त स्वराज्य रक्षणासाठी
केला होता |
सगळ्या सुखांचा त्याग करून स्वराज्य राखण्यासाठी तो
उभा राहिला,
सागरी लाटांमध्ये प्रभु श्रीरामाप्रमाने सेतू बांधण्याचा संकल्प
सगळ्या जगाने पाहिला |
शत्रूच्या पराभवासाठी ज्याने आत्मसात केला गनिमी कावा,
तो धगधगता ज्वाळ म्हणजे शिवतेजाचा छावा |
होता समोर सिद्धी, औरंग्या, फिरंगी अन चिक्कदेवराया,
या चारी आघाड्यांवर अजिंक्य होता माझा शंभुराया |
वडिलांची होती मोठी कीर्ती, नेहमी केले त्यांच्या आज्ञेसी
वंदन,
त्यांच्याच पथावर चालून जगी अजरामर झाला शिवनंदन |
काळाच्या दारात असताना ही ज्याचा झाला नाही पराजय,
तो फक्त असा एकच शिवपुत्र शंभु मृत्युंजय |

7. शिवछत्रपती: सूत्र विश्वाचं

अफझुल्ल्या फाडला, भगवा त्याच्या छातीत गाडला.

पन्हाळा सोडून गनिमांना चकवा दिला, शाहिस्ता लोळवला,
गनिमांचा फडशा पाडला.

आग्र्याचा दरबार गाजवला, मर्द मराठा गरजला.

सह्याद्रीचा राजा, रयतेचा राजा, जाणता राजा,
लोककल्याणकारी राजा "छत्रपती" झाला.

प्रत्येक शिवभक्तांच्या मनी एकच प्रश्न? करावं वाचन
कशाचं,

माझ्या मर्द मावळ्यांनो सांगतो ऐका "शिवछत्रपती: सूत्र
विश्वाचं"

इतिहासाची संबळ वाजवत शिव विचारांचा गोंधळ घालणारे
आम्ही शिवबाचे गोंधळी !!!

8. बापमाणूस

आई ला सगळं मागतो पण बापाला बोलायला घाबरतो,
वरुन दिसला कठोर तरी आतून तो हळवा असतो ।
डोक्यावर असलेल्या कर्जाने ते खचले,
तरी बाळाच्या शिक्षणाचे नवीन मनोरे त्यांनी रचले ।
माझ्या बाळाला काही कमी पडू नये म्हणून जे रात्रीचा
दिवस करतात,
तेच तुझ्या यशाचे गोडवे अभिमानाने सगळ्यांना सांगतात ।
लहानपणी ज्या हाथांनी भरवले तुला करंजी लाडू,
नको रे बाळा त्यांना म्हातारपनी घराबाहेर काढू ।
ज्यांनी तुला एवढं आयुष्य दिलंय, त्यांचा शब्द तू कधी
नको मोडू,
लहानपणी धरलेला हा बापाचा हाथ शेवटच्या श्वासापर्यंत
नको सोडू ।
शिकलास जरी चार पुस्तकं, जाऊ नको बापाला सोडून
परदेशाला,
ज्यांनी लहानाचं मोठं केलं त्यांच्या समोर नाही रे किंमत
तुझ्या पैशाला ।
आयुष्यभर देह झिझवतो तो तुझ्यासाठी चंदनाचा,
जाण ठेव बाळा विसर पडू देऊ नको त्या कष्टाचा ।
बापाचा त्याग तुला नसेल दिसत तर आठव तो घासातला
घास,
तुझी भूक भागविली पण उपाशी मात्र त्याला त्रास ।

जगातील कोणीही नाही तुला बनू नको कुठे लाचार,
फक्त बापाचा हाथ धर तोच तुझा खंबीर आधार ।
सगळे म्हणायचे जळी स्थळी काष्टी पाषाणी आहे आपला देव,
पण माझ्या साठी देव म्हणजे फक्त माझे वडील नामदेव ।